Matthias Fiedler

Èrò Fífi Dúkìá Àfojúrí Wé Ara Wọn Ní Ọ̀nà Ọ̀tun: A Ti Mú Kí Ṣíṣe Alárinà Dúkìá Àfojúrí Rọrùn

Fífi Dúkìà Àfojúrí Wé Ara Wọn: Ṣíṣe alárinà dúkìà àfojúrí ní ọ̀nà tí ó dára, tí ó rọrùn tí ó sì múná dóko pẹ̀lú ojú òpó fífi dúkìà àfojúrí wé ara wọn ní ọ̀nà àkọ̀tun

Ẹ̀kúnrẹ́rẹ́ Àlàyé Nípa Ohun Àtẹ̀jáde – Àṣẹ Adáni | Ìfitónilétí Ti Òfin

1.Ẹ̀dà bí Ìwé-Títẹ̀ | Oṣù Kejìlá, February 2017
(A tẹ ojúlówó rẹ̀ ní èdè Jamaní, Oṣù Kejìlá, Ọdún 2016)

Matthias Fiedler
Erika-von-Brockdorff-Str. 19
41352 Korschenbroich
Germany
www.matthiasfiedler.net

Títẹ̀ àti Ṣíṣe Jáde:
Wo ohun tí a tẹ̀ mọ́ ojú ewé tí ó kẹ́yìn

Àwòrán Ẹ̀yìn Ìwé: Matthias Fiedler
Ṣíṣe Ẹ̀dá Ìwé Orí Ẹ̀rọ: Matthias Fiedler

ISBN-13 (Ẹ̀léyìn Fẹ́lẹ́fẹ́lẹ́): 978-3-947184-89-7
I3BN-13 (Ti orí ẹ̀rọ ìlẹ́wọ́)· 978-3-947184-21-7
ISBN-13 (Ti orí ẹ̀rọ tí a tẹ̀): 978-3-947184-22-4

Ìfitónilétí nípa àwọn orísun Deutsche Nationalbibliothek: Deutsche Nationalbibliothek nṣe àkọsílẹ̀ àtẹ̀jáde yìí sínú Deutsche Nationalbibliografie; ẹ̀kúnrẹ́rẹ́ àkọsílẹ̀ nípa orísun ọhún wà ní àrọ́wọ́tó lórí ẹ̀rọ ayé-lu-jára ní http://dnb.d-nb.de.

ỌRỌ NÍṢÓKÍ

Ìwé yìí nṣàlàyé èrò kan tí ó jẹ́ àrà-ọ̀tọ̀ nípa ojú òpó àgbáyé fún fífi dúkìá àfojúrí wé ara wọn (aapu) pẹ̀lú ìṣirò àfojúsùn ọjà títà tí ó jọjú (Biliọnu Dọla), tí a gbé wọ inú sọfwea ti ilé iṣẹ́ dúkìá àfojúrí títí dórí àyẹ̀wò dúkìá àfojúrí (ọjà títà tí ó lè tó Tiriliọnu Dọla).

Èyí ntúmọ̀ sí pé dúkìá àfojúrí fún gbígbé àti ìdókòwò, bóyá ti àdáni àbí àyálò, ni a lè ṣe alárinà fún ní ọ̀nà tí ó múná dóko tí kò sì fi àkókò ṣòfò. Òun ni ọjọ́ ọla ṣíṣe alárinà dúkìá àfojúrí tí ó jẹ́ ọ̀tun tí ó sì dára fún gbogbo àwọn aṣojú fún dúkìá àfojúrí àti àwọn tí ó ní dúkìá. Ó fẹ́rẹ̀ jẹ́ pé gbogbo orílẹ̀-edè ni fífi dúkìá àfojúrí wé ara wọn ti ní ìtumọ̀ títí dé orílẹ̀-èdè kan sí èkejì.

Dípò "gbígbé" dúkìá wá sí ọ̀dọ̀ olùrà àbí ẹni tí ó fẹ́ yá a lò, níwọ̀n ìgbà tí ojú òpó fífi dúkìá àfojúrí wé ara wọn ti wà, àwọn tí ó ṣeéṣe kí ó jẹ olùrà àti olùyálò lè kún ojú òṣùwọ̀n (wá àkọsílẹ̀) kí a sì fi wọn wé ara wọn kí a sì fi wọn mọ dúkìá tí àwọn aṣojú dúkìà àfojúrí bá gbé jáde.

ÀWỌN ÀKÓÓNÚ

ỌRỌ̀ ÀKỌ́SỌ

Ní ọdún 2011, mò gbèrò, mo sì ṣe àgbéjáde ohun tí a júwe níhín fún ètò fífi dúkìá àfojúrí wé ara wọn ní ọ̀nà ọ̀tun.

Láti ọdún 1998, ni mo ti lọ́wọ́ nínú okòwò dúkìá àfojúrí (títí dórí ṣíṣe alárinà dúkìá àfojúrí, rírà àti títà, ṣíṣe àyẹ̀wò, fífi yáni, àti ilé kíkọ́) Mo jẹ́ aṣojú dúkìá àfojúrí, onímọ̀ ọrọ̀ ajé nípa dúkìá àfojúrí (ADI) àti akọ́ṣẹ́mọṣẹ́ tí ó ní ìwé ẹ̀rí nípa ìdíyelé dúkìà (DEKRA) àti ọmọ ẹgbẹ́ Royal Institution of Chartered Surveyors (MRICS) tí a dá mọ̀ kárí ayé lórí iṣẹ́ dúkíà àfojúrí.

Matthias Fiedler
Korschenbroich, 10/31/2016
www.matthiasfiedler.net

1. Èrò Fífi Dúkìà Àfojúrí Wé Ara Wọn Ní Ọ̀nà Ọ̀tun: A Ti Mú Kí Ṣíṣe Alárinà Dúkìà Àfojúrí Rọrùn

Fífi Dúkìà Àfojúrí Wé Ara Wọn: Ṣíṣe alárinà dúkìà àfojúrí ní ọ̀nà tí ó dára, tí ó rọrùn tí ó sì múná dóko pẹ̀lú ojú òpó fífi dúkìà àfojúrí wé ara wọn ní ọ̀nà àkọ̀tun

Dípò "gbígbé" dúkìà wá sí ọ̀dọ̀ olùrà àbí ẹni tí ó fẹ́ yá a lò, níwọ̀n ìgbà tí ojú òpó fífi dúkìà àfojúrí wé ara wọn (aapu) tı wa, àwọn tí ó ṣeéṣe kí ó Jẹ́ olùrà àti olùyálò lè kún ojú òṣùwọ̀n (wá àkọsílẹ̀) kí a sì fi wọ́n wé ara wọn kí a sì fi wọ́n mọ dúkìà tí àwọn aṣojú dúkìà àfojúrí bá gbé jáde.

2. Àwọn Àfojúsùn Àwọn Tí Ó Seéṣe Kí Wọ́n Rà àbí Yá Dúkìá Lò àti àwọn Olùtà Dúkìá

Láti ojú ìwò àwọn olùtà dúkìá àfojúrí àti àwọn onílé, ó ṣe pàtàkì láti tètè ta àbí fi dúkìá wọn yá ènìyàn àti ní iye owó tí ó bá lè ga jùlọ.

Láti ojú ìwò àwọn tí ó ṣeéṣe kí ó rà tàbí yá, ó ṣe pàtàkì láti rí dúkìá tí ó yẹ láti bá àìní wọn pàdé kí wọ́n sì lè yá a àbí rà á bí ó bá ti lè yá àbí rọrùn tó.

3. Àwọn Ọ̀nà Tí A Ngbà Wá Dúkìá Àfojúrí Látẹ̀yìnwá

Ní gbogbo ọ̀nà, àwọn tí ó ṣeéṣe kí ó rà àbí yá dúkìá àfojúrí máa nlo àwọn ojú òpó ayé-lu-jára tí ó wà fún dúkìá àfojúrí láti wá àwọn dúkìá ni agbègbè tí wọ́n bá yàn láàyò. Níbẹ̀, wọ́n lè ní àwọn dúkìá àbí àkọsílẹ̀ àwọn ojú ìlà tí ó yẹ láti mọ̀ nípa àwọn dúkìá tí a fi ránṣẹ́ sí wọn lórí imeeli ní kété tí wọ́n bá ti ṣe àgbékalẹ̀ ìjúwe ránpẹ́ fún nnkan wíwá. Wọ́n sábà máa nṣe eléyìí lórí ojú òpó dúkìá àfojúrí méjì sí mẹ́ta. Lẹ́yìn náà, wọ́n máa nkàn sí olùtà náà lórí imeeli. Níkẹyìn, olùrà àbí onílé nní ànfààní àti àṣẹ láti kàn sí ẹni tí ó ní ìfẹ́ sí i.

Ní àfikún, àwọn tí ó ṣeéṣe kí ó rà àbí yá a yóò kàn sí aṣojú dúkìá àfojúrí kọ̀ọ̀kan ní agbègbè wọn tí a ó sì ṣètò ètò ìjúwe fún wọn.

Àwọn olùpèsè ní ojú òpó dúkìá àfojúrí náà nwá láti ẹka aládáni àti ti okòwò lára abala dúkìá àfojúrí. Àwọn aṣojú dúkìá àfojúrí ló pọ̀jù lára olùpèsè ní ti okòwò tí ó sì jẹ́ pé nígbà míràn àwọn ilé iṣẹ́ ìkọ́lé, àwọn alárinà dúkìá àfojúrí àti àwọn ilé iṣẹ́ dúkìá àfojúrí míràn (níhín, à júwe àwọn olùpèsè ti okòwò gẹ́gẹ́ bí aṣojú dúkìá àfojúrí).

4. Àléébù àwọn Olùtà Aládáni/ Ànfààní Àwọn Àṣojú Dúkìà Àfojúrí

Ní títa dúkìà àfojúrí náà, àwọn olùtà aládáni kò lè fi dáni lójú ní gbogbo ìgbà pé ojà títà náà yóò tètè wáyé. Ní ti dúkìà tí a jogún, fún àpẹẹrẹ, ó lè má sí ìfẹnukò láàárín àwọn tí ó jogún náà àbí kí ìwé-ẹrí ogún náà sọnù. Ní àfikún, àwọn ọ̀rọ̀ tí ó jẹ mọ́ òfin tí a kò yanjú bíi ti ẹni tí ó tọ́ láti gbé ibẹ̀ lè mú kí ọjà títà náà nira.

Fún àwọn dúkìà tí a yálò, ó lè ṣẹlẹ̀ pé onílé aládáni náà kò tíì gba àṣẹ lábẹ́ òfin, fún àpẹẹrẹ àwọn tí a nílò láti yá ààyè ìdókòwò lò gẹ́gẹ́ bí ilégbèé.

Nígbà tí aṣojú dúkìà àfojúrí bá ndúró gẹ́gẹ́ bí olùtajà, ní gbogbo ọ̀nà ó ti tan ìmọ́lẹ̀ àwọn abala tí a mẹnubà tẹ́lẹ̀ sí olùtà. Ṣíwájú síi, gbogbo ìwé dúkìà àfojúrí (ìlànà ilẹ̀, ìlànà ojúkò, ìwé-ẹrí ohun àmú-ṣagbára, ìwé àkọsílẹ̀, àwọn ìwé lábẹ́ òfin, abbl) ti wà ní àrọ́wọ́tó tẹ́lẹ̀. Níkẹyìn, ọjà títà àti yíyá lò náà ni a lè parí kánkán àti láìsí wàhálà.

5. Fífi Dúkìá Àfojúrí Wé Ara Wọn

Láti lè fi àwọn olùrajà àbí àwọn tí ó fẹ́ yá dúkìá lò wé àwọn olùtajà àti àwọn onílé ní ọ̀nà tí ó yá tí ó sì múná dóko, ó ṣe pàtàkì ní gbogbo ọ̀nà láti lo ọ̀nà tí ó kárí tí ó sì mọ́gbọ́n wá.

A ṣe èyí níhín pẹ̀lú ọ̀nà (àbí ètò) tí ó rọra fí ojú sun ètò wíwá àti rírí láàárín àwọn aṣojú dúkìá àfojúrí àti àwọn tí ó ní ìfẹ́ síi. Èyí ntúmọ̀ sí pé dípò "gbígbé" dúkìá wá sí ọ̀dọ̀ olùrà àbí ẹni tí ó fẹ́ yá a lò, níwọ̀n ìgbà tí ojú òpó fífi dúkìá àfojúrí wé ara wọn (aapu) ti wà, àwọn tí ó ṣeé́ṣe kí ó jẹ́ olùrà àti olùyálò lè kún ojú òṣùwọ̀n (wá àkọsílẹ̀) kí a sì fi wọ́n wé ara wọn kí a sì fi wọ́n mọ dúkìá tí àwọn aṣojú dúkìá àfojúrí bá gbé jáde.

Nínú ìgbésẹ̀ kínní, àwọn tí ó ṣeé́ṣe kí ó jẹ́ olùraja àbí yá a lò nṣe àgbékalẹ̀ ìjúwe pàtó nínú ojú òpó tí a ti nfi dúkìá àfojúrí wé ara wọn. Ìjúwé fún wíwá yìí ní nnkan bí ogún ìdánimọ̀. A lè fi àwọn ìdánimọ̀ yìí síi (kìí ṣe ẹ̀kúnrẹ́rẹ́ àkọsílẹ̀) wọ́n sì ṣe pàtàkì fún ijúwe wíwá náà.

- Agbègbè / Nọmba Ìdámọ̀ / Ìlú
- Irú nnkan náà
- Bí dúkìá ti tóbi tó
- Agbègbè tí a ngbé
- Iye tí a rà á / yá a lò
- Ọdún tí a kọ́ ọ
- Àwọn ìtàn
- Iye àwọn yàrá
- A yá a lo (bẹ́ẹ̀ni/bẹ́ẹ̀kọ)
- Ìsàlẹ̀ ilé (bẹ́ẹ̀ni/bẹ́ẹ̀kọ)
- Ibi ìgbatẹ́gùn/Pèpélé (bẹ́ẹ̀ni/bẹ́ẹ̀kọ)
- Ọ̀nà tí a ngbà mú u gbóná
- Àáyè ìgbọ́kọ̀sí (bẹ́ẹ̀ni/bẹ́ẹ̀kọ)

Ó ṣe pàtàkì níhín pé kí a má fi ọwọ́ kọ àwọn àmúyẹ náà ṣùgbọ́n dípò bẹ́ẹ̀ kí a yàn wọ́n nípa títẹ̀ àbí ṣíṣí àwọn àáyè tí ó yẹ (fún àpẹẹrẹ, irú dúkìá) láti inú àkọsílẹ̀ tí ó ṣeéṣe/tí a lè yàn (fún irú dúkìá: ilé, ilé fún ìdílé kan, ibi ìkọ́jàpamọ́, ibi-iṣẹ́, abbl.).

Tí a bá fẹ́, àwọn tí ó nífẹ̀ẹ́ síi lè ṣe àgbékalẹ̀ àfikún ìjúwe. Ó tún ṣeéṣe láti ṣe àyípadà sí ìjúwe wíwá náà.

Ní àfikún, àwọn tí ó ṣeéṣe kí ó rà àbí yá a lò ntẹ ẹ̀kúnrẹ́rẹ́ dátà tí a fi lè kàn sí wọn sí àwọn ààyè tí a ti tọ́ka sí. Lára àwọn yìí ni orúkọ ìdílé, orúkọ àbísọ, àdúgbò, nọmba ilé, nọmba ìdámọ̀, ìlú, tẹlifoonu, àti adirẹsi imeeli.

Ní ti èyí, àwọn tí ó nífẹ̀ẹ́ síi nfi ààyè gbani pé kí a kàn sí wọn kí wọ́n sì gba àwọn dúkìá tí a fi wé ara wọn láti ọ̀dọ̀ àwọn aṣojú dúkìá àfojúrí náà.

Àwọn tí ó nífẹ̀ẹ́ síi tún tọwọ́ bọ̀wé níhín pẹ̀lú òṣìṣẹ́ ojú òpó fífi dúkìá àfojúrí wé ara wọn náà.

Nínú ìgbésẹ̀ tí ó kàn, a tún jẹ́ kí àwọn ìjúwe náà wà ní àrọ̀wọ́tó àwọn aṣojú dúkìá àfojúrí tí ó so pọ̀ mọ́ ọ, tí kò tíì hàn fún ojú rí, nípasẹ̀ aapu kan tí a mọ̀ sí api – fún àpẹẹrẹ tí ó fi ara jọ èyí tí àwọn Jamani mọ̀ sí "openimmo". Ó yẹ kí a fiyèsíi níhín pé àgbékalẹ̀ yìí – tí ó jẹ́ kókó gbòógì fún ìmúlò – yẹ kí ó ṣe àtìlẹ́yìn tàbí fi dáni lójú nípa fífi nnkan ṣọwọ́ sí gbogbo sọfwea ti dúkìá àfojúrí tí a nlò lọ́wọ́. Tí èyí kò bá rí bẹ́ẹ̀, ó yẹ kí a mú kí ó ṣeéṣe ní ọ̀nà ti ìmọ̀ ẹ̀rọ. Nítorí pé àwọn ohun èlò kan ti wà níta tẹ́lẹ̀, bíi ti "openimmo" tí a kọ́kọ́ mẹ́nubà, àti àwọn míràn, ó nílò láti ṣeéṣe láti fi ìjúwe ṣọwọ́.

Àwọn aṣojú dúkìá àfojúrí wá nṣe àfiwé ìjúwe náà pẹ̀lú dúkìá wọn tí ó wà lọ́jà báyìí. Fún èrèdí yìí, a gbé àwọn dúkìá náà wọnú ojú òpó tí a ti nfi dúkìá àfojúrí wé ara wọn tí a nfi wọ́n wé ara wọn tí a sì nso wọ́n pọ̀ mọ́ àwọn ìdámọ̀ tí ó yẹ.

Lẹ́yìn ìparí àfiwé náà, èsì tí ó nṣe àfihàn àfiwé náà ní ti ìdá nínú ọgọ́rún yóò jáde. Bẹ̀rẹ̀ pẹ̀lú àfiwé ìdá àádọ́ta nínú ọgọ́rún, a sọ ìjúwe náà da ríri fún sọfwea ti dúkìá àfojúrí náà.

A fi ìdámọ̀ kọ̀ọ̀kan wé èkejì (ní kíkà) kí ó lè jẹ́ pé lẹ́yìn àfiwé àwọn ìdámọ̀ náà, a pinnu ìdá nínú ọgọ́rún fún àfiwé (bí ó ti ṣeéṣe tó láti fi wé ara wọn).. Fún àpẹẹrẹ, ìdámọ̀ "irú dúkìà" ni a kàsí ju ìdámọ̀ "agbègbè tí a ngbé" lọ. Ní àfikún, irú àwọn ìdámọ̀ (fún àpẹẹrẹ ìsàlẹ̀ ilé) ni a lè yàn pé dúkìá náà gbọ́dọ̀ ní dandan.

Ní fífi àwọn ìdámọ̀ àfiwé wé ara wọn, a tún gbọ́dọ̀ ríi dájú pé àwọn aṣojú dúkìá àfojúrí rí ààỳe dé àwọn agbègbè tí wọ́n fẹ́ (dárúkọ) nìkan. Èyí máa nṣe àdínkù sí làálàá àfiwé data. Èyí ṣe pàtàkì ní pàtó tí a bá nwò ó pé àwọn ilé iṣẹ́ dúkìá àfojúrí sábà máa nṣiṣẹ́ ní agbègbè kan sí èkejì. Ó yẹ kí á fiyèsíi níhín pé nípasẹ̀ lílo ẹ̀rọ, ó ṣeéṣe lónìì láti ṣe àfipamọ́ kí a sì ṣiṣẹ́ lórí ọ̀pọ̀lọpọ̀ data.

Láti lè ní àrídájú iṣẹ́ alárinà dúkìà àfojúrí tí ó múná dóko, àwọn aṣojú dúkìà àfojúrí nìkan ni ó lè dé ibi ìjúwe náà.

Títí dé ìhín yìí, àwọn aṣojú dúkìá àfojúrí ntọwọ́ bọ ìwé pẹ̀lù òṣìṣẹ́ ojú òpó fífi àwọn dúkìá àfojúrí wé ara wọn.

Lẹ́yìn àfiwé tí ó yẹ, aṣojú dúkìá àfojúrí náà lè kàn sí ẹni tí ó ní ìfẹ́ síi, àti ní ìdà kejì ẹ̀wẹ̀ àwọn tí ó ní ìfẹ́ síi lè kàn sí ilé iṣẹ́ dúkìá àfojúrí. Tí ó bá jẹ́ pé aṣojú dùkìá àfojúrí náà bá ti fèsì ránṣẹ́ sí ẹni tí ó lè rà tàbí yá a lò, èyí tún ntúmọ̀ sí pé èsì ohun tí a ṣe àbí ẹ̀tọ́ aṣojú náà lórí dúkìá àfojúrí náà ni a ṣe àkọsílẹ̀ rẹ̀ ní ti ọjà títà àbí àyálò tí ó ti yọrí.
Èyí wà lábẹ́ ààyè pé nṣe ni oninnkan (olùtajà àbí onílé) gba aṣojú dúkìá àfojúrí náà síṣẹ́ láti bójútó dúkìá náà àbí a ti fún u láṣẹ́ láti gbé dúkìá náà kalẹ̀.

6. Bí Lílò Nàà Ti Fẹjú Tó

Fífi dúkìá àfójúrí wé ara wọn tí a júwe níhín ni ó bá títà àti yíyáni ní àwọn dúkìá àfojúrí ní abala ti ilégbèé àti ti okòwò. Fún dúkìá àfojúrí ti okòwò, a nílò àwọn àfikún ìdámọ̀ ti dúkìá àfojúrí tí ó tọ́.

Aṣojú dúkìá àfojúrí tún lè wà ní ìhà ti àwọn tí ó ṣeéṣe kí ó rà tàbí yá a lò, bí wọ́n ti nṣe, fún àpẹẹrẹ tí àwọn oníbàárà bá rán a níṣẹ́.

Ní ti àwọn agbègbè, ojú òpó fífi dúkìá àfojúrí wé ara wọn ni o fẹ́rẹ̀ ẹ́ ní nnkan íṣe pẹlú gbogbo orílẹ̀-èdè.

7. Àwọn Ànfàání

Ètò fífí dúkìá tí a fi ojú rí wé ara wọn yìí npèsè ànfàání nlá fún àwọn tí ó şeéşe kí ó rà àti tà, bóyá wọ́n nwá agbègbè tiwọn (ibùgbé) àbí wọ́n nkó lọ sí ìlú àbí agbègbè míràn nítorí işẹ́.

Nşe ni wọ́n kàn ní láti tẹ ìjúwé wíwá wọn lẹẹkan láti gba ìfitónilétí nípa àwọn ìdámọ̀ àfiwé láti ọ̀dọ̀ àwọn aşojú dúkìá àfojúrí tí ó nşişẹ́ ní agbègbè tí a nfẹ́.

Fún àwọn aşojú dúkìá àfojúrí náà, èyí npèsè àwọn ànfàání nlá ní ti ìjáfáfá àti àìfi àkókò şòfò fún títà àti yíyá lò.

Wọ́n ngba ìròyìn léréfèé ní kánkán nípa bí ó ti şeéşe tó láti rí àwọn tí ó nífẹ́ẹ̀ gan an sí dúkíà kọ̀ọ̀kan tí wọ́n bá gbé kalẹ̀.

Síwájú síi, àwọn aşojú dúkìá àfojúrí lè tọ àwọn ìsọ̀rí tí wọ́n fojú sùn lọ tààrà, tí ó ti ronú ní pàtó nípa irú dùkìá tí ó "wù" wọ́n nínú ètò şíşe àgbékalẹ̀ ìjúwe wíwá wọn.. Fún àpẹẹrẹ, a lè fi ìdí kíkàn sí náà múlẹ̀ nípa fífi àwọn èsì dúkìá àfojúrí ṣọwọ́.

Èyí nṣe àlékún bí kíkàn sí láàárín àwọn tí ó nífẹ̀ẹ́ síi ti dára tó, ìyẹn àwọn tí ó mọ ohun tí wọ́n nwá. Ó tún nṣe àdínkù iye ìgbà tí a yàn lẹ́yìn náà láti bojúwo dúkìá, tí ó tún nṣe àdínkù sí gbogbo àkókò kárà-kátà fún àwọn dúkìá tí a fẹ́ ṣe alárinà fún.

Alẹ́yìn ìgbà tí ẹni tí ó ṣeéṣe kí ó rà tàbí yá dúkìá tí a gbé kalẹ̀ bá ti yẹ dúkìá náà wò, a lè ṣe àṣeyọrí ìtọwọ́ bọ̀wé ọjà títà àbí ìfiyáni náà, bí a ti máa nṣe níbi kárà-kátà ti dúkìá àfojúrí.

8. Àpẹẹrẹ Ìṣirò (Tí Ó Ṣeéṣe) – àwọn ilé àkọ́gbé nìkan àti àwọn ilé (tí kò ní ibi tí a yá gbé àbí dúkìá ti okòwò

Àwọn àpẹẹrẹ yìí yóò fi hàn kedere bí ojú òpó dúkìá àfojúrí náà ti lè ṣe.

Ní agbègbè tí olùgbé rẹ̀ jẹ́ 250,000, bí ìlú Mönchengladbach (Germany), a sá kà pé – tí a bá fi ojú wò ó – nnkan bí 125,000 ìdílé (2 olùgbé méjì nínú ìdílé kan). Ṣíṣí ipò padà wọn jẹ́ nnkan bí ìdá mẹ́wàá nínú ọgọ́rún. Èyí ntúmọ̀ sí pé 12,500 households ni ó nṣípò padà lọ́dọọdún. A ò ro ti ìdá àwọn tí ó nkó wọlé sí ti àwọn tí ó nkó jáde ní Mönchengladbach níhín. Nnkan bí 10,000 ìdílé (ìdá ọgọ́rin nínú ọgọ́rún) nwá ilé yíyá gbé tí nnkan bí 2,500 ìdílé (ìdá ogún nínú ọgọ́rún) nwá ilé tí ó wà fún títà.

Gẹ́gẹ́ bí àbájáde kárà-kátà láti ọ̀dọ̀ ìgbìmọ̀ agbani-nímọ̀ràn ti ìlú Mönchengladbach, dúkìá àfojúrí bí 2,613 ni àwọn ènìyàn rà ní ọdún 2012. Èyí nfi ìdí iye àwọn tí a kọ́kọ́ mẹ́nubà pé ó jẹ́ 2,500 tí ó lè rà. Nítòótọ́, yóò jù bẹ́ẹ̀ lọ, ṣùgbọ́n kìí ṣe gbogbo àwọn tí ó lè rà ni ó rí irú dúkìá tí wọ́n fẹ́. Iye àwọn olùrajà tí ó nífẹ̀ẹ́ gan – àbí, kí a kúkú sọ pé, iye ìjúwe wíwá – ni a fi ojú wò pé ó jẹ́ ìlọ́po méjì iye àwọn tí ó ṣípò padà tí íṣe ìdámẹ́wà nínú ọgọ́rún, tí ó jẹ́ ìjúwe wíwá. Lára èyí ni ṣíṣeéṣe pé àwọn tí ó lè rajà náà ti ṣe àgbékalẹ̀ ọ̀pọ̀lọpọ̀ ìjúwe wíwá ní ojú òpó dukìá àfojúrí.

Ó tún yẹ láti mẹ́nubà á pé tí a bá gbé e lórí ìrírí, títí di ìsisìyí, nnkan bí ìdajì àwọn tí ó ṣeéṣe kí ó rà àbí yálò ni ó rí dúkìá wọn rà nípa ṣíṣe iṣẹ́ pẹ̀lú aṣojú dúkìá àfojúrí; tí gbogbo rẹ̀ jẹ́ 6,250 ìdílé. Ìrírí àtẹ̀yìnwá tún fihàn pé ó kéré tán ìdá àádọ́rin nínú ọgọ́rún gbogbo ìdílé ni ó wá dúkìá àfojúrí nípasẹ̀ ojú òpó dúkìá àfojúrí lórí ẹ̀rọ ayé-lu-jára, tí gbogbo rẹ̀ jẹ of 8,750 ìdílé (tí ó túmọ̀ sí 17,500 ìjúwe wíwá).

Tí ìdá ogbòn nínú ogórún gbogbo àwon tí ó lè rà tí ó sì lè tà, tí ó túmò sí 3,750 ìdílé (àbí 7,500 ìjúwe wíwá) bá se àgbékalè ìjúwe wíwá pèlú ojú òpó fífi dúkìá àfojúrí wé ara won (aapu) fún ìlú bí Mönchengladbach, àwon asojú dúkìá àfojúrí tí wón mo ara won náà lè gbé àwon dúkìá tí ó bójú mu kalè fún àwon tí ó lè rà nípasè 1,500 ìjúwe wíwá (ìdá ogún nínú ogórún) àti àwon tí ó lè yá a lò nípasè 6,000 ìjúwe wíwá (ìdá ogórin nínú ogórún).

Èyí ntúmò sí pé pèlú sáà wíwá olósù méwàá àti `pèèrè ìdíyelé oní EUR 50 lósù fún ìjúwe wíwá kòòkan tí eni tí ó lè rà àbí tí ó lè yálò bá gbé kalè, ó seése kí owó tí ó wolé lódún kan tó EUR 3,750,000 pèlú ìjúwe wíwá 7,500 fún ìlú tí ó ní 250,000 olùgbé.

Tí a bá fi ègbé eléyìí ko ègbé gbogbo orílè-èdè Jamani tí a fi ojú wo iye ènìyàn ibè sí 80,000,000 (ogórin milionu) olùgbé, èyí nyorísí nnkan tí ó lè mú EUR 1,200,000,000 (EUR 1.2 bilionu) wolé lódún kan. Tí ìdá ogójì nínú ogórún gbogboàwon tí ó ṣeéṣe kí ó rà àbí yálò bá wá dúkìá àfojúrí wọn nípasẹ̀ ojú òpó fífi dúkìá àfojúrí náà dípò ìdá ọgbọ̀n nínú ọgọ́rún, owó tí ó lè wọlé yóò pọ̀ síi tí yóò sì da EUR 1,600,000,000 (EUR 1.6 biliọnu) lọ́dún kan.

Kárà-kátà tí ó lè wáyé náà ntọ́ka sí àwọn ilé àkọ́gbé nìkan. Àwọn dúkìá tí a yálò àti èyí tí ó wà fún okòwò ní abala ilégbèé àti ti iṣòwò pọ́nbélé ni a kò rò mọ́ àfojúsùn yìí.

Pẹ̀lú ilé-iṣẹ́ bíi 50,000 ní orílẹ̀-èdè Jamani, iṣẹ́ ṣíṣe alárinà dúkìá tí a fi ojú rí (títí dórí àwọn ilé iṣẹ́ dúkìá àfojúrí, àwọn ilé iṣẹ́ kọ́lékọ́lé, àwọn oníṣòwò dúkìá àfojúrí, àti àwọn ilé iṣẹ́ dúkìá àfojúrí míràn), nnkan bí 200,000 òṣiṣẹ́ àti ìpín ogún nínú ọgọ́rún àwọn 50,000 ilé iṣẹ́ yìí tí wọ́n nlo ojú òpó fífi dúkìá àfojúrí wé ara wọn yìí pẹ̀lú ó kéré tán, ìwé àṣẹ méjì, àbájáde rẹ̀ (tí a bá nlo àpẹẹrẹ ìdíyelé EUR 300 lóṣooṣu fún ìwé àṣẹ kọ̀ọ̀kan) lè yọrísí EUR 72,000,000 (EUR 72 million) lọ́dún kan. Síwájú síi, tí a bá ṣètò ìjúwe wíwá ní ti agbègbè, ó ṣeéṣe kí àfikún tí ó jọjú wà ní kárà-kátà, èyí tí ó dá lórí bí a bá ti ṣètò rẹ̀.

Pẹ̀lú àwọn olùtà àti olùyálò tí ó lè pọ̀ síi jaburata tí wọ́n ni ìjúwe pàtó yìí, àwọn aṣojú dúkìá àfojúrí kò nílò láti ṣe àtúnkọ àkọsílẹ̀ wọn mọ́ – tí wọ́n bá ní – nípa àwọn tí ó nífẹ̀ẹ́ síi. Ní àfikún, iye ìjúwe wíwá ní lọ́ọ́lọ́ọ́ fẹ́rẹ̀ ẹ ti ju iye ìjúwe wíwá tí ọ̀pọ̀lọpọ̀ àwọn aṣojú dúkìá àfojúrí ti ṣe sínú àkọsílẹ̀ wọn púpọ̀púpọ̀.

Tí a bá fẹ́ lo ọ̀tun ojú òpó fífi dúkìá àfojúrí wé ara wọn yìí ní ọ̀pọ̀lọpọ̀ orílẹ̀-èdè, àwọn tí ó ṣeéṣe kí ó rajà láti Jamani, fún àpẹẹrẹ, lè ṣe ìjúwe wíwá fún àwọn ilégbèé ìrìnàjò afẹ́ ní erékùsù Majorca (Speeni) tí àwọn aṣojú dúkìá àfojúrí ní Majorca sì lè ṣe àgbékalẹ̀ àwọn ilégbèé wọn fún àwọn Jamani tí ó lè jẹ́ oníbàárà wọn nípa imeeli. Tí àwọn àbájáde náà bá jẹ́ èdè Speeni, àwọn tí ó lè yá a lò kàn lè lo irin iṣẹ́ fún ìtumọ̀ láti orí ẹrọ ayé-lu-jára láti tètè túmọ̀ ọ̀rọ̀ náà sí èdè Jamani.

Láti lè ṣe àmúlò ìfiwé ara àwọn ìjúwe wíwá fún àwọn dúkìá tí ó wà nílẹ̀ láìsí ìdíwọ́ èdè, a lè ṣe àfiwé àwọn ìdámọ̀ kọ̀ọ̀kan láàárín ojú òpó dúkìá àfojúrí náà lọ́nà tí ó dá lórí àwọn ìdámọ́ tí a ti fi ẹ̀rọ ṣètò rẹ̀, láìfi ti èdè ṣe, a ó sì yan èdè tí ó bá yẹ níkẹyìn.

Nígbà tí a bá nlo ojú òpó fífi dúkìá àfojúrí wé ara wọn ní gbogbo àgbáyé, iye kárà-kátà tí a ti mẹ́nubà tẹ́lẹ̀ (fún àwọn tí ó nífẹ̀ẹ́ sí wíwá nìkan) tí a fi ẹ̀gbẹ́ wọn kẹ̀gbẹ́ yóò kàn rí báyìí.

Iye ènìyàn àgbáyé:

7,500,000,000 (7.5 biliọnu) Olùgbé

1. Iye ènìyàn ní àwọn orílẹ̀-èdè tí ó ní ilé-iṣẹ́ àti àwọn tí ó ní ilé-iṣẹ́ púpọ̀:

2,000,000,000 (2.0 biliọnu) Olùgbé

2. Iye ènìyàn ní àwọn orílẹ̀-èdè tí ó ṣẹ̀ṣẹ̀ ngòkè:

4,000,000,000 (4.0 biliọnu) Olùgbé

3. Iye ènìyàn ní àwọn orílẹ̀-èdè tí ó ṣẹ̀ṣẹ̀ ndàgbà sókè:

1,500,000,000 (1.5 biliọnu) Olùgbé

Iye kárà-kátà tí ó ṣeéṣe fún orílẹ̀-èdè Jamani lọ́dún ni a yí padà tí a sì fi ojú sùn sí EUR 1.2 biliọnu pẹ̀lú 80 miliọnu olùgbé fún àwọn èrèdí tí a fi ọkàn rò yìí fún àwọn orílẹ̀-èdè tí ó ní ilé-iṣẹ́, àwọn tí ó ṣẹ̀ṣẹ̀ ngòkè, àti àwọn tí ó ṣẹ̀ṣẹ̀ ndàgbà sókè.

1. Awọn orílẹ̀-èdè tí ó ní ilé-iṣẹ́:   1.0

2. Awọn orílẹ̀-èdè tí ó ṣẹ̀ṣẹ̀ ngòkè: 0.4

3. Awọn orílẹ̀-èdè tí ó ṣẹ̀ṣẹ̀ ndàgbà sókè: 0.1

Èsì rẹ̀ ni iye kárà-kátà yìí tí ó lè wáyé lọ́dún kan (EUR 1.2 biliọnu lọ́nà iye ènìyàn (àwọn orílẹ̀-èdè tí ó ní ilé-iṣẹ́, àwọn tí ó ṣẹ̀ṣẹ̀ ngòkè, àbí àwọn tí ó ṣẹ̀ṣẹ̀ ndàgbà sókè) / 80 miliọnu olùgbé lọ́nà èrèdí).

1. Tí ó ní ilé-iṣẹ́ àwọn orílẹ̀-èdè:

   EUR 30.00 biliọnu

2. Tí ó ṣẹ̀ṣẹ̀ ngòkè àwọn orílẹ̀-èdè:

   EUR 24.00 biliọnu

3. Tí ó ṣẹ̀ṣẹ̀ndàgbà sókè àwọn orílẹ̀-èdè:

   EUR 2.25 biliọnu

Àkópọ̀:   **EUR 56.25 biliọnu**

9. Ìdákìí

Ojú òpó fìfi dúkìá àfojúrí wé ara wọn tí a ya àwòrán sí náà nfi àwọn ànfààní tí ó jọjú fún àwọn tí ó nwá dúkìá àfojúrí (àwọn tí ó nífẹ̀ẹ́ síi) àti fún àwọn aṣojú dúkìá àfojúrí.

1. Akókò tí a nílò láti wá dúkìá tí ó yẹ tí dínkù jọjọ fún àwọn tí ó nífẹ̀ẹ́ síi nítorí pé nṣe ni wọn kàn ní láti ṣe ìjúwe wíwá tiwọn nígbà kan.

2. Awọn aṣojú dúkìá àfojúrí ngba àkójọpọ̀ ojú ìwò iye àwọn tí ó ṣeéṣe kí ó rà tàbí yálò, títí dórí ìfitónilétí nípa ohun tí wọ́n nílò ní pàtó (ìjúwe wíwá).

3. Awọn tí ó nífẹ̀ẹ́ síi ngba dúkìá tí wọ́n nfẹ́ tàbí tí ó bá wọn mu (èyí dá lórí ìjúwe wíwá) láti ọ̀dọ̀ gbogbo aṣojú dúkìá àfojúrí (tí ó fi ara jọ ìyàntẹ́lẹ̀ fúnra ẹni púpọ̀).

4. Awọn aṣojú dúkìá àfojúrí ndín làálàà wọn kù sí bíbójútó àkọsílẹ̀ ìjúwe wíwá ti ara

wọn nítorí pé ọpọ̀lọpọ̀ ìjúwe wíwá ti ìsisìyí ni ó wà ní àrọ́wọ́tó fún ìgbà pípẹ́.

5. Níwọ̀n ìgbà tí ó jẹ́ pé àwọn olùtajà okòwò/àwọn aṣojú dúkìá àfojúrí nìkan ni a so pọ̀ mọ́ ojú ọpó fífi dúkìá àfojúrí wé ara wọn, àwọn tí ó ṣeéṣe kí ó rà àbí yá a lò lè bá àwọn aṣojú dúkìá àfojúrí tí ó ti ní ìrírí ṣiṣẹ́.

6. Awọn aṣojú dúkìá àfojúrí náà ṣe àdínkù sí iye àwọn àkókò tí a yàn fún ìbẹ̀wò àti gbogbo àkókò kárà-kátà. Bákan náà, iye àwọn àkókò tí a yàn fún ìbẹ̀wò fún àwọn tí ó ṣeéṣe kí ó rà àbí yá a lò ni ó dínkù pẹ̀lú àkókò fún yíyọrí ìtọwọ́ bọ̀wé ọjà rírà àti yíyá lò.

7. Awọn tí ó ni dúkìá tí a fẹ́ tà àbí yá lò náà lo àdínkù àkókó. Àwọn àfikún ànfààní ti iṣúná wà, pẹ̀lú àdínkù àkókó tí ọwọ́ dilẹ̀ fún àwọn dúkìá tí a yá lò àti yíyá kánkán síi owó sísan fún ọjà rírà lórí àwọn dúkìá

31

fún títà gẹ́gẹ́ bí àbájáde ọjà títà àti yíyá ló tí ó yá kánkán síi.

Nípa ṣíṣe àmúlò èrò yìí ní fífi dúkìá àfojúrí wé ara wọn, ìtẹ̀síwájú tí ó lápẹẹrẹ lè ṣeéṣe nínú iṣẹ́ jíjẹ́ alárinà dúkìá àfojúrí.

10. Gbígbé Ojú Òpó Fífi Dúkìá Àfojúrí Wé Ara Wọn wọnú Ohun àmúlò kọ̀npútà Tuntun ti Ilé Iṣẹ́ Dùkìá Àfojúrí, Títí Dórí Àyẹ̀wò Dúkìá Àfojúrí

Gẹ́gẹ́ bí ọ̀rọ̀ tí ó kẹ́yìn, ojú òpó fífi dúkìá àfojúrí wé ara wọn tí a júwe rẹ̀ níhín lè jẹ́ abala pàtàkì lára - ọ̀nà àbáyọ tuntun sí sọfwea ilé iṣẹ́ dúkìá àfojúrí láti ìbẹ̀rẹ̀ pẹ̀pẹ̀- tí ó wà ní àrọ́wọ́tó kárí ayé Èyí ntúmọ̀ sí pé àwọn aṣojú dúkìá àfojúrí lè lo ojú òpó fífi dúkìá àfojúrí wé ara wọn ní àfikún sí àwọn sọfwea ti ilé iṣẹ́ dúkìá àfojúrí tí ó wà nílẹ̀ tẹ́lẹ̀, àbí kí wọn lo sọfwea tuntun ti ilé iṣẹ́ dúkìá àfojúrí títí dórí ojú òpó fífi dùkìá àfojúrí wé ara wọn.

Nípa gbígbé ojú ópó fífi dúkìá wé ara wọn tí ó múná dóko tí ó sì jẹ́ ọ̀tun yìí wọnú sọfwea dúkìá àfojúrí tuntun, a ti ṣètò ojúkò itajà tí ó yàtọ̀ fún sọfwea ti dúkìá àfojúrí náà tí yóò wúlò fún ṣíṣe ìtẹ̀wọ́gbà lórí àtẹ.

Níwọn ìgbà tí ó jẹ́ pé àgbéyẹ̀wò dúkìá àfojúrí jẹ́ tí yóò sì máa jẹ́ abala gbòógì nínú ilé iṣẹ́ dúkìá àfojúrí, sọfwea ilé iṣẹ́ dúkìá àfojúrí gbọ́dọ̀ ṣe àfihàn àkójọpọ̀ irin iṣẹ́ kan fún àgbéyẹ̀wò dúkìá àfojúrí. Àgbéyẹ̀wò dúkìá àfojúrí náà pẹ̀lú ọgbọ́n ìṣirò tí ó bá a mu lè dé ibi tí àwọn òṣùwọn data tí ó yẹ láti inú àwọn dúkìá ilé iṣẹ́ dúkìá àfojúrí náà tí a ti kọ sílẹ̀/fi pamọ́ wà. Bákan náà, aṣojú dúkìá àfojúrí náà lè dí àlàfo àwọn òṣùwọ̀n tí ó sọnù pẹ̀lú ìrírí ọjà títà rẹ̀ ní agbègbè.

Síwájú síi, sọfwea ilé iṣẹ́ dúkìá àfojúrí náà yẹ kí ó ní àáyè yíyàn fún gbígbé àwọn ìrìnàjò afẹ́ ti àwọn dúkíà tí ó wà nílẹ̀ wọ ó. A lè ṣe àmúlò èyí pẹ̀lú ìrọ̀rùn nípa ṣíṣe àgbékalẹ̀ àfikún aapu fún àwọn ẹ̀rọ ìbánisọ̀rọ̀ alágbèéká àti/tàbí àwọn taabu tí ó lè ká nnkan sílẹ̀ kí a sì wá gbé ìrìnàjò afẹ́ àìfojúrí náà wọ – fúnra rẹ̀ -inú sọfwea ilé iṣẹ́ dúkìá àfojúrí.

Tí a bá gbé ojú òpó fífí dúkìá àfojúrí wé ara wọn tí ó múná dóko tí ó sì jẹ́ ọ̀tun náà wọnú sọfwea ilé iṣẹ́ dúkìá àfojúrí tuntun pẹ̀lú àgbéyẹ̀wò dúkìá àfojúrí, kárà-kátà tí ó lè wáyé ni ó tún pọ̀ síi ní ọ̀nà tí ó ga.

Matthias Fiedler

Korschenbroich, 10/31/2016

Matthias Fiedler
Erika-von-Brockdorff-Str. 19
41352 Korschenbroich
Germany
www.matthiasfiedler.net

www.ingramcontent.com/pod-product-compliance
Lightning Source LLC
Chambersburg PA
CBHW071526210326
41597CB00018B/2909